# கௌதமருக்காகக் காத்திருக்கிறேன்

பொ.திராவிடமணி

டிஸ்கவரி பப்ளிகேஷன்ஸ்
எண்: 9, பிளாட் எண்: 1080A, ரோஹிணி பிளாட்ஸ்
முனுசாமி சாலை, கே.கே.நகர் மேற்கு,
சென்னை-600 078. பேச: 99404 46650

# கௌதமருக்காகக் காத்திருக்கிறேன்
(கவிதைகள்)

ஆசிரியர்: **பொ.திராவிடமணி**©

**GOWTHAMARUKKAAKA KAATHTHIRUKKIREN**
(Poems)

Author: P.Thiravidamani©

First Edition: April- 2021, ISBN: 978-93-89857-68-9

Pages: 96

அட்டை: ஓவியர் மணிவண்ணன்

## Rs. 120

---

| Publisher | Sales Rights |
|---|---|
| **Discovery Publications** | **Discovery Book Palace (P) Ltd,** |
| No,9, Plot,1080A, Rohini Flats, Munusamy Salai, K.K.Nagar West, Chennai-600 078. | 6, Mahaveer Complex, Munusamy Salai, K.K.Nagar West, Chennai-600 078. |
| Mobile: +91 99404 46650 | Ph: +91 - 44-4855 7525 Mobile: +91 87545 07070 |

E-mail: **discoverybookpalace@gmail.com**,
Website: **www.discoverybookpalace.com**

---

இந்த நூலில் பிரசுரமாகியுள்ள எந்த ஒரு பகுதியையும் பதிப்பாளரின் எழுத்துபூர்வமான முன்அனுமதி பெறாமல் எடுத்தாள்வதோ, மறுபிரசுரம் செய்வதோ, மொழியாக்கம் செய்வதோ, அச்சு மற்றும் மின்னணு ஊடகங்களில் மறுபதிப்பு செய்வதோ, காப்புரிமைச் சட்டப்படி தடை செய்யப்பட்டுள்ளது. இந்த நூலிலிருந்து குறிப்பிட்ட பகுதிகளை மேற்கோள்காட்டி புத்தக விமர்சனம் செய்ய, ஊடகங்களுக்கு மட்டும் அனுமதி உண்டு.

உங்கள் மொபைல் போனிலிருந்து ஸ்கேன் செய்து 'டிஸ்கவரி புக் பேலஸ்' மொபைல் ஆப்பை டவுன்லோடு செய்து, புத்தகங்களை வாங்குங்கள்.

## மகிழ்ந்தளித்தல்

பெற்றோருக்கும்
கணவருக்கும்
மகளுக்கும்

நன்றி

சேரன்
டிராட்ஸ்கி மருது
பேரா.முனைவர் இரா.காமராசு
அகிலா கிருஷ்ணமூர்த்தி

கல்கி, மங்கையர் மலர், காமதேனு,
இனிய உதயம், காக்கைச் சிறகினிலே,
பேசும் புதிய சக்தி, முத்துக்கமலம் (இணைய இதழ்)

## என்னுரை

நானற்ற நானாக வலம் வருவதில்தான் எனக்கு மகிழ்ச்சி. மகளாக, சகோதரியாக, மனைவியாக, தாயாக, பேராசிரியராக, படைப்பாளராக, எழுத்தாளராக இப்படி எத்தனையோ முகங்கள் எனக்கிருந்தாலும் ஒரு சாதாரணப் பெண்ணாகவே இந்த உலகத்தில் என்னை அடையாளப்படுத்துகிறேன். நான் காணும் மனிதர்களை பால் வேறுபாடற்றுப் படிக்கவும், விலங்குகளின் உணர்வுகளைப் புரிந்துகொள்ளவும், மரம், செடி, கொடிகள் தரும் செய்திகளை அறிவதற்கும் முயல்கிறேன். இரவும், பகலும் விண்ணோடும், உடுக்களோடும், முகிலோடும் பேசிக் களிக்கிறேன். அவற்றையெல்லாம் நகலெடுக்கும் முயற்சியின் விளைவாக மலர்ந்ததுதான் இந்தக் கவிதைத் தொகுப்பு.

இந்தக் கவிச்சரத்தின் மணம் நின்றொளிர்தலுக்கான சாத்தியக்கூறுகளை ஆராயவில்லை. இது நான் பெறப்போகும் இன்னொரு குழந்தை. உங்களுக்கு அறிமுகம் செய்வதில் எனக்கு மகிழ்ச்சி.

தொடர்ந்து என்னை எழுதத்தூண்டும் குடும்பத்தார்க்கும், தோழமைகளுக்கும் நிறைந்த அன்பு. இந்தக் கவிதைத் தொகுப்பை நூலாக்கம் செய்து வெளிக்கொணரும் டிஸ்கவரி பப்ளிகேஷன்ஸ் நிறுவனத்தாருக்கும், நண்பர் வேடியப்பன் அவர்களுக்கும் மனங்கனிந்த நன்றியும், அன்பும்.

- பொ.திராவிடமணி

# உள்ளே...

| | |
|---|---|
| 1.தாகமும் வேண்டும் | 9 |
| 2.ஆன்மாவுக்குச் சிறகுகள் முளைக்கட்டும் | 10 |
| 3.அமைதியைச் சூடுவது கடினம்தான் | 11 |
| 4.முதுமையின் நிம்மதி | 12 |
| 5.யுக ஞாபகங்கள் | 13 |
| 6.தொடர்பு எல்லைக்கு அப்பால் | 14 |
| 7.அழுத்தப்பட்ட மனம் | 15 |
| 8.நோயிருந்தால்தானே? | 16 |
| 9.முளைத்தது வெள்ளி | 17 |
| 10.வெற்று வானம் | 18 |
| 11.நிறமேற்றலும் தேவையாய் இருக்கிறது | 19 |
| 12.அஞ்சன இருள் | 20 |
| 13.பறத்தலும் தேவையாய் இருக்கிறது | 21 |
| 14.களர் நிலத்தில் கண்விழித்தவர்கள் | 22 |
| 15.நீரேறிய பொதியா வாழ்வு? | 24 |
| 16.விடியலின் ஒளி | 25 |
| 17.கொரானா விடுமுறை நாட்கள் | 26 |
| 18.மனம் | 28 |
| 19.கவிதை | 30 |
| 20.உனக்குத் தெரியுமா? | 31 |
| 21.சிந்தனையில் சிவக்கிறாள் | 33 |
| 22.மாமிசப்பட்சிகள் | 35 |
| 23.காகிதக் கப்பல்களில் செல்கிறது மகிழ்ச்சி | 37 |
| 24.தொன்ம விதைகள் | 38 |
| 25.திசைமாறா நோக்கம் | 40 |
| 26.கையளவு கனவு | 41 |
| 27.நம் கையில் எதுவுமில்லை | 42 |
| 28.ஆனால் துறத்தல் | 43 |
| 29.அதே தவிப்பு | 44 |
| 30.வேறொன்றும் செய்வதற்கில்லை | 45 |
| 31.தலையாட்டிப் பொம்மைகள் | 46 |
| 32.வேலை | 47 |
| 33.கடலும் மரமும் கவிதைக்குச் சொல்வது | 48 |

6 கௌதமருக்காகக் காத்திருக்கிறேன்.

| | |
|---|---|
| 34. முகம் என்ன சொல்லிவிடும் | 49 |
| 35. மழை | 51 |
| 36. நீலோற்பல மலரில் நீ | 53 |
| 37. இனி எப்போது? | 54 |
| 38. மனச்சான்று | 56 |
| 39. மடி | 57 |
| 40. மணல் நெஞ்சம் | 58 |
| 41. புதிய தூரிகை | 59 |
| 42. இளகலாம் மனம் | 60 |
| 43. அணுக்கமாய் நீ | 61 |
| 44. காணார் பட்டியல் | 62 |
| 45. கௌதமருக்காகக் காத்திருக்கிறேன்-1 | 64 |
| 46. கௌதமருக்காகக் காத்திருக்கிறேன்-2 | 66 |
| 47. முகமூடி | 68 |
| 48. வலிந்து பெற்றுச் சுவைப்பதுதான் வாழ்வு | 69 |
| 49. கலைஞன் | 70 |
| 50. முத்தத்தில் நனைகிறது உடல் | 72 |
| 51. பயணம் | 73 |
| 52. என்னுள் அவள் | 75 |
| 53. அக்கதிருள் | 76 |
| 54. இன்னொரு இரவுக்காகக் காத்திருக்கிறேன் | 78 |
| 55. பிரியத்திற்கு விலையுண்டா? | 80 |
| 56. என் தராசு உன் நாவில் | 81 |
| 57. வளியரக்கன் | 82 |
| 58. யாரிடம் சொல்லி அழுத்தம் கரைவது | 83 |
| 59. இப்போதே ஆசைதீரப் பேசிவிடு | 84 |
| 60. வினைத்தொகையாய் நீ | 86 |
| 61. விதை | 87 |
| 62. அப்பா எனும் குழந்தை | 88 |
| 63. உளி உன் கையில் | 90 |
| 64. செக்காவுக்குக் கொஞ்சம் சாம்பெயின், எனக்கு? | 91 |
| 65. வலி | 93 |
| 66. மடைமாறும் மனம் | 94 |

கௌதமருக்காகக் காத்திருக்கிறேன்.

## தாகமும் வேண்டும்

ஏன் பேசவில்லை எனக் கேட்பது
பொருத்தமற்ற வினா

பதிலுரைத்து மட்டுமே
பழகிய இதழ்களிடம்
பேசுபொருள் குறித்த விழைவு
அனர்த்தம்

தாரகையை நேசிப்பவள்
கண்கள் ஒளியிழந்த
பிற்பாடு
நினைவில் வாழ்கிறாள்

கோடைகால மரக்கிளையில்
சிறகு கிளர்த்தி
இளைப்பாறும் பறவைக்கு
நீர்நிறை பொய்கை நினைவு

மின்விசிறி
என்றும் தென்றலை வீசியதில்லை

தணித்தலுக்கும் தணிதலுக்கும்
தண்ணீர் போதாது
தாகமும் வேண்டும்.

பொ.திராவிடமணி

## ஆன்மாவுக்குச் சிறகுகள் முளைக்கட்டும்

கனவுகள் தூர்ந்துகொண்டிருக்கப்
பீறிடும் நினைவுகள்
தணல் துண்டுகள்

தூறலற்ற பாலையில்
செடிவளர்த்துத் தோற்றவளின்
தாழ்த்திய விழிகள் உதிர்த்த முத்துக்களில்
ஆசைகள் உப்புப் பூத்து மிளிர்கின்றன

விசையோடு அசைத்துவிட
வீரியம் வளர்த்தலென்பது
அக்கினித் தடாகத்தில்
அனல் குளித்தல்

அசைபோடும் எண்ணங்கள்
அருவமற்று உருப்பெறும் வேளையில்
ஆன்மாவுக்குச்
சிறகுகள் முளைக்கட்டும்.

## அமைதியைச் சூடுவது கடினம்தான்

பகலைத் தின்று
கொழுத்த இரவு
எங்கும் அடர்ந்திருக்கிறது

மௌனத்தைக் கலைத்து
ஏதேனும்
பேசத்துடிக்கும்
இதழுக்குப் பூட்டைப் போட்டுவிட்டு
விழிகளைத் திறந்து வைக்கிறேன்
சொற்கள் இடையறாது
கரைந்து கொண்டிருக்கின்றன

அலுவலில் ஆழ்ந்துவிடும் உன்னை
அசைத்து அசைத்துச்
சொல்பெற முனைவதைவிட
அமைதியைச் சூடுவது
கடினமாகத்தான் இருக்கிறது.

பொ.திராவிடமணி

## முதுமையின் நிம்மதி

ஆற்றாமையில்
அறுந்து விழும் கண்ணீர்த் துளிகள்
உரைப்பதில்லை உள்வலியை

ஆர்ப்பரிக்கும் மனத்தேடல்
உடல் சார்ந்ததுதான்
என்று
எப்படிச் சொல்லமுடியும்?

சில உள்ளத் தேடல்களுக்கு
அகராதியில்
பொருளிருக்கிறதா?

கண்கள் பருகத்துடிப்பது
எதை?

இளமஞ்சள் முதிர் இலை
முற்றும் மறக்கவில்லை
கடந்தகால
இனித்தம் எழுதிய நினைவுகளை

மீட்டமுடியாது வீணையை
என்றபோதும்
சற்றுத் தொட்டு இளைப்பாறும்
முதுமையின்
நிம்மதியை யார் அறிவார்?

கௌதமருக்காகக் காத்திருக்கிறேன்.

## யுக ஞாபகங்கள்

எண்ணங்களின் ஆர்ப்பரிப்பை
எப்படி அடக்குவது
எனும் உத்தியை அறியவில்லை

யுக ஞாபகங்களை நிரல்படுத்தி
நினைவைப் புதுப்பித்துக் கொண்டே
இருக்கும்படி யார் கட்டளையிட்டது?

உடைபட்ட உள்ளத்தை விட்டுவிட்டு
உதட்டுச் சிரிப்பை
வழித்தெடுத்துச் சென்றது
யார்விட்ட சாபம்?

என் சொற்கள் பிறப்பித்தவை யாவும்
உன் பார்வையில் அற்ப ஆசைகள்
என் கணக்கில்
எல்லாம் உயிர்ப்புடைய ஓவியங்கள்

கள்ளமற்றுக் கனிந்த இதயத்தைப்
பூஞ்சைகள்
சூழ்ந்துவிடாமல்
கவனப்படுத்த வேண்டும்
அதில் உறைந்திருக்கும் அணுக்கள்
நமக்கானவை.

பொ.திராவிடமணி

## தொடர்பு எல்லைக்கு அப்பால்

வினையமாய் எதுவுமில்லை
விளையாட்டில்
விளைந்த சொற்கள்
அறுவடையானபோதே
நெஞ்சாங் குலையையும்
சேர்த்தே அறுத்திருந்தது

உனக்குத் தெரிந்திருக்க வாய்ப்பில்லை

நீயோ
தொடர்பு எல்லைக்கு அப்பால்.

## அழுத்தப்பட்ட மனம்

புறச் சூழல்களால்
தாக்குறும் மனம்
பற்றுக்கோடற்றுப் பரிதவிக்கிறது

எவ்வாறேனும் மீண்டுவிட
எத்தனிக்கும் தருணத்தில்
பற்றியிருப்பது
பழுதையா? பாம்பயா?
எனும் அவதானிப்புக்கு இடமில்லை

பகிர்தலற்ற பொழுதுகளில்
அழுத்தப்படும் மனம்
ஆறுதலுக்காக
எடுக்கும் முயற்சிகள்
சில வேளைகளில்
பைத்தியக்காரத்தனமாய்
அமைந்துவிடுவதையும் மறுப்பதற்கில்லை
கடத்தலுக்கானக் கடப்பாடு
மிகையாய்ப் போனதால்.

## நோயிருந்தால்தானே?

ஓயாமல் பேசித் தீர்த்த இதழ்கள்
ஓய்ந்து கிடக்கின்றன

பேச எதுவும் இல்லாமல் இல்லை
பேசி என்ன ஆகப்போகிறது

உனக்குத் தெரியாததையா
நீ உணராததையா
இவ்வளவு காலமாய்ப் பேசினேன்?

எல்லாம் உனக்குத் தெரியும்
தெரிந்திருந்தாலும்
தெரிந்தெடுத்த நினைவுகளை மட்டும்
அழித்தவனைப் போல
மௌனமாய் இருக்கிறாய்

நினைவு தப்பியவனுக்கு
மகிழ்தருணங்களை
நினைவூட்டி
மீட்டெடுக்க முயலும் காதலொடு
ஏதேதோ சொல்லி
உன்னை மீட்டெடுக்க
முயன்று முயன்று
தோற்றுப் போகிறேன்.

## முளைத்தது வெள்ளி

அடைகாக்கும்
பெட்டைக் கோழியின்
திறந்து மூடும் விழியெனச்
சாளரத்தின் கதவு விட்டு விட்டிசைக்கிறது

வெயிலுதிர் காலத்து
வசந்த நினைவுகளைப்
புரட்டிக் கொண்டிருக்கிறது மனம்

சில வேளைகளில்
மனக்குளத்தில்
சிறு கல்லை எறிந்துவிட்டு
இயல்பாய்க் கடந்திருக்கிறாய்
அதன் அதிர்வுகளால் துணுக்குற்றுத்
துமி துமியாய் விடுபட முயன்ற கணங்கள்
கண்முன்னே வந்து போகின்றன

விரைவு இரயிலாய்க்
கடந்துகொண்டிருக்கும் பொழுதுகளைக்
கவனப்படுத்துகின்றன செயல் ஊக்கிகள்

கானலாய்
வெண்மேகமாய்க்
களைந்துவிடாதபடி
கனவுகள் கைவரப் பெறும்
முயற்சிகளில் ஈடுபட முனைகின்றேன்
வெள்ளி முளைத்துச் சிரிக்கும் கீழ்த்திசை.

பொ.திராவிடமணி

## வெற்று வானம்

எல்லாத் தெய்வங்களுக்கும்
பரிகாரம் செய்தாயிற்று
சினம் இன்னும் தணிந்தபாடில்லை
ஒரு துளி நீரேனும்
உதிரும் சூழல் இல்லை

நீர்நிலைகளில் நிறைந்திருக்கும்
காங்கிரீட் பயிர்களின்
இராட்சச வேர்கள்
வேகும் பூமியின் நாபிவரை சென்று
நீர் குடித்த பிற்பாடு
குருதி குடித்துக் கொண்டிருக்கின்றன

வெப்பத்தின் வீதியில்
மரங்கள் கரிந்து உருகிக் கொண்டிருக்கும்
கிளை தங்கிய பறவையின்
இறகுகள் எரியத் தொடங்கின

மனிதம்
செய்வதறிந்தும்
செய்வதறியா சித்தப் பிறழ்வோடு
பெருமூச்செறிந்தபடி
வெற்று வானத்தை
வெறித்துச் சோர்கிறது.

## நிறமேற்றலும் தேவையாய் இருக்கிறது

நிலவு சுமக்கா வானத்தின்
தாரகைக் கண்கள்
உதிர்த்துவிடும் கண்ணீரில்
ஒளிரும் புல்

பகிரப்படாத சொற்களுக்குள்
எத்தனை சித்திரங்கள்
நிறமிழந்து கொண்டிருக்கும்

கடற்காகங்களின் இறக்கைகள்
கடக்கமுடியாத் தூரத்தை
எப்படிச் செரிக்கும்?

அலைகள் அற்றவேளையில்
பயணச்சாத்தியம்
நிகழவும் கூடுமா?

நேரம் மனிதனைக் கட்டமைக்குமா?
மனிதம்
நேரத்தைக் கணக்கில் வைக்குமா?

நீறுபூத்த நெருப்பாய்க்
கனலும் நெஞ்சம்
நீர்த்துவிடக் கூடாது
அன்பே!
சற்று நிறமேற்றலும்
தேவையாய் இருக்கிறது.

பொ.திராவிடமணி

## அஞ்சன இருள்

நடுநிசியில் தேடிக் களைத்த
குல்ஃபி விற்பவனின் விழிகள்
தாகம் கொண்ட மனிதர்களைக்
கண்ட பிற்பாடு
மகிழ்ச்சியில் சுடர்ந்தன

மதுவில் மயங்கிய இளைஞனுக்குப்
பிச்சையேற்ற பணத்தில்
இரண்டு இட்லி வாங்கி
உண்ணக் கொடுத்த மூதாட்டி
மகனின் நினைவில் உறக்கம்
தொலைக்கிறாள்

பசித்த மனிதர்களை
இனம் காணத் தெரிந்த
சித்தம் திரிந்தவள்
அஞ்சன இருளிலும்
ஆடையைத் திருத்தி
நைந்த போர்வைக்குள்
புலனடக்குகிறாள்.

கௌதமருக்காகக் காத்திருக்கிறேன்.

## பறத்தலும் தேவையாய் இருக்கிறது

தண்ணீருக்காகப் பாடுகள் சுமந்து
கண்ணீர்விட்டு வளர்த்தோம்
கழனி செழித்த வேளையில்
கதிர் உருவிப்போனது கஜா

கழனி கண்டு பதறிய மனம்
தோப்பைக் கண்டு கதறியது

ஆட்டங் களைவதும்
பிற்பாடு
நேர்த்தியாய் ஆடுவதும் புதிதல்லவே

புதிர் கட்டும் இறவானத்தில்
நெல்லரிசியிருக்காது
ஏமாற்ற மனமில்லை
சிட்டுக் குருவிகளே!
புல்லரிசி கட்டிவைத்தேன்

தைமகளும் வந்துவிட்டாள்
புதியவிடியல் நமக்கானது
மீண்டுவிட்ட சிட்டுகளே உங்கள்
சிறகுகளைத் தாருங்கள்
நடத்தல் போதாது
கொஞ்சம் பறத்தலும்
தேவையாய் இருக்கிறது.

பொ.திராவிடமணி

## களர் நிலத்தில் கண்விழித்தவர்கள்

எல்லோரும் புறக்கணித்த இடம்
ஒரு காலத்தில்

புதர் மண்டிய
நாற்றமெடுத்த
கழிவுநீர்ப் போக்கிடம்

சகித்துச் சகித்து
நந்தவனமாக்கினர்

நகரப்பாம்பு எளிமையை
உண்டு புடைத்தது
நகரமயமாதல்
உலகமயமாதல் என
வேறு வேறு காரணங்கள்
வியாக்கியானங்களாயின

எதுவாயிருந்தால் என்ன?
அவர்களுக்கு அன்றையபாடு

அவர்களைச் சுற்றி
அடுக்ககமும் உணவுவிடுதியும்
இன்னும் இன்னுமென
நவநாகரீகப் பிசாசு
பேருருவாய்
உடலைச் சிலுப்பியது

கௌதமருக்காகக் காத்திருக்கிறேன்.

மூன்றுவேளை கஞ்சி
இடையற்றுக் கிடைத்ததில் நிம்மதி
வியப்புகளோடு
பயத்தையும் சுமந்த வெள்ளந்தி மனிதர்களை
நகரப் பாம்பு விழுங்கிய பிற்பாடு
எங்கோ ஒரு மூலையில்
களர்நிலத்தில் கண் விழித்தனர்.

பொ.திராவிடமணி

## நீரேறிய பொதியா வாழ்வு?

உள்ளியது உயர்வு
ஆனால்
செயல் சிக்கல்

மூலவர் என்றும்
உற்சவர் ஆவதில்லை
நீரேறிய பொதியா வாழ்வு?

துடிப்பதும் வெடிப்பதும்
எல்லைக்குள் எனில்
காட்சியும், கனவும்
நினைவும், ஆசையும் எதற்கு?

நிறமேற்றப்பட்ட
கண்ணாடிப் பதுமையா அவள்?
எக்கணமேனும்
உடைபடவும்
உடைக்கவும்.

## விடியலின் ஒளி

அந்தச் சாலையை
அவ்வளவு இலகுவாய்க்
கடக்க முடியவில்லை

கபடமற்றுச் சிரிக்கும் குழந்தையைப்
பார்த்தபோது
அதன் கையிலிருந்த
உடைந்த பொம்மையாய்
மாறியிருந்தது இதயம்

வெற்றுக் குச்சியை
வாயில் வைத்துச்
சுவைத்த இதழ்களுக்கு
ரோஜாவின் நிறம்

நிலவைத் துணைக்கழைத்துக்
கதைபேசும் கண்களில்
விடியலின் ஒளி

நடைபாதை ஓரத்தில்
அழுக்கேறிய உடையணிந்த தாயின்
அரவணைப்பில் கிடக்கும் மகள்
நாளை தலைமகளாய் வரலாம்

இப்பிந்திய இரவில்
விழித்துக்கொண்டே இருக்கும்
மாளிகை கண்கள் பெறவில்லை
விரித்துவைத்த வானத்தின் கீழ்
நிம்மதியான அந்த உறக்கத்தை.

பொ.திராவிடமணி

## கொரானா விடுமுறை நாட்கள்

விட்டத்தை வெறித்து வெறித்து
நிலைகொண்ட மனம்
காற்றாடி இறக்கைகளில்
சுழன்று கொண்டிருக்கிறது

முகநூல், புலனத்தில்
எதைத் தேடுகிறோம்
என்ற இலக்கில்லாமல்
எதை எதையோ நகர்த்தி
அலுத்துக்கொண்ட விரல்
இணக்கமானவரின்
பக்கத்தை ஒருமுறை புரட்டிவிட்டு
சுணக்கமானது

எத்தனை நாட்களை
நான்கு சுவர்களுக்குள் கடப்பது?

பலவந்தமாகப் படிக்க முயன்ற
புத்தகமும், கண்களும்
இணக்கமின்றிக் கதறுகின்றன

சாளரத்தை நீவிநிற்கும்
கொடி ஈன்ற மல்லிகையும்
இதழ் உடைத்த புதுமலரை
நாடிய வண்டுகண்டு
பழைமையை நினைத்து
நெட்டுயிர்த்து நிறமிழந்து
இதழ் உதிர்த்தது

கௌதமருக்காகக் காத்திருக்கிறேன்.

மாலைக் கதிரவனும்
இயல்பு மாற்றம் பிடிக்காமல்
சினக்கின்றானோ?
சிவந்திறங்குகிறான்.

பொ.திராவிடமணி

## மனம்

மனம் பிறழ்வுடையது
அது எப்போது
சினக்கும்
உவக்கும்
வெறுக்கும்
விரும்பும் என
யார் கண்டது?

மண்ட்டோ இறுதிவரை
நிராகரிக்கிறேன்
நிராகரிக்கிறேன் என்று
கதறியபோதும்

உயிர்ப்புடன் பின்தொடர்ந்த
மதுரசம்
இறுதிமூச்சில் உயிருடன் கலந்ததை
யாரால் தடுக்கமுடிந்தது?

சில்வியாவின்
சிந்தனைகள்
வெறுமையை மட்டுமே
கண்டு கண்டு
சிலாகித்ததால்
என்ன பெரிதாய் நிகழ்ந்துவிட்டது
நெருப்புக்கு உடலைத்
தின்னத் தந்ததைத் தவிர?

கௌதமருக்காகக் காத்திருக்கிறேன்.

ஒவ்வொரு நாளும் கவனப்படுத்தியும்
கலைக்கப்படுகிறது வலை
தளர்வற்றுப்
பின்னிக்கொண்டுதானே இருக்கிறது சிலந்தி.

பொ.திராவிடமணி

## கவிதை

நளினமும்
வனப்பும்
வசீகரமும்
நீ எடுக்கும் சொற்களில்
இயல்பாய் இழைகிறது

ஒரு ரங்கோலியாய்
நீர்நிறைந்த பொய்கையின்
நீலோற்பல மலர்களாய்ப்
பசுமை பாவிய வயல்களாய்ப்
பருவப்பெண்ணின் வனப்பாய்
வாஞ்சையாய் இருக்கிறது
கவிதை

என் கவிதையில்
சொற்கள் சொற்களாகவே
அமர்ந்திருக்கின்றன
நீ படிக்கும்வரை.

கௌதமருக்காகக் காத்திருக்கிறேன்.

## உனக்குத் தெரியுமா?

உனக்குத் தெரியுமா?
முதன்முதலில்
தேம்பூங்கட்டி
என்றுதான்
பதிவானது உனது பெயர்

இருளில்
ஆயிரமாயிரம் மின்மினிச்
சுடர்களின் பரவலில்
ஒளிர்ந்து
செவிநுழைந்து
உடல்கிளர்த்தியது
உனது முதல் பேச்சு

இரைச்சல் மிகுந்த
இடையறா வாகனப்பெருக்கின் ஊடாக
பரிதியின் பரவசம் நிறைந்த
மத்திமப்பொழுதுக்கு முன்னதாக
காணக்கிடைத்தது
உனது முதல் தோற்றம்

அணுக்கத்தில் கரைந்த
உள்ளத்தின் நெகிழ்வை
உரைக்க
மொழிகளில் வார்த்தைகளில்லை

பொ.திராவிடமணி

ஊடாக வந்த
உப்பமை புலவிகளின்
வலிகளையெல்லாம்
நகல்செய்தவை
சொற்கள்தான்

வாழ்தல் ஒரு முறைதான்
அதன் நீட்சியின்
கடைசிப் பக்கத்தில்
உன்
கைச்சாத்திருந்தால் போதும்
வேறென்னவேண்டும் எனக்கு?

கௌதமருக்காகக் காத்திருக்கிறேன்.

## சிந்தனையில் சிவக்கிறாள்

அவள் எதிர்ப்படும்
முகங்களிலெல்லாம்
உதிர்ந்து கொண்டிருக்கும்
புன்னகையைத் தவறவிட்டுவிடாது
சேமித்துக் கொள்கிறாள்

அதேநேரம்
பதிலியாய்ச்
சிரிப்பவிழ்க்கவும் மறக்கவில்லை

இன்றையநாள் பதராகவில்லை
நினைத்ததற்கு மேலாக
வினையாற்றி முடித்தாயிற்று
அகமும் புறமும் தந்த நிறைவில்
அப்பாடா என்கிறது உடல்
மனம் மட்டும் திருப்தி கொள்ளாது
சிணுங்கித் தவிக்கிறாள்

மேற்கு வானத்தின்
நிறங்குழம்பிய பொலிவையும்
கீழ்த்திசை வானத்தில்
எழத்தொடங்கிய சந்திரனின்
வரவையும்
பார்த்த மாத்திரத்தில்தான்
எத்தனை இன்பம்

பொ.திராவிடமணி

நினைவில் நிறைந்து கொண்டிருக்கும்
அவள் சொற்கள் உறழ்தலுக்கான
நேரமும்
வாய்க்கலாம் எனும்
சிந்தனையிலேயே
சிவந்து போகிறாள்.

## மாமிசப் பட்சிகள்

வெற்றுச் சதையில்
ஒன்றுமில்லைதான்
வடிவில் ஏதோ இருக்கிறது

மாமிசப் பட்சிகள்
எவையெவை?
இனங்காண்பதில்
சிக்கல்

உண்மைதான்

தங்கமுலாம் பூசப்பட்ட
தங்கமல்லா நகைகளின்
வசீகரம் சற்றுக் கூடுதலாகவே
ஈர்த்துவிடுகிறது
பிற்பாடு
பல்லிளித்துச் சிரிக்கையில்
பதறும் மனம்

எதிர்வினை விளைவு
எப்படி இருக்கும்?
முன் உதாரணங்கள்
முரணானவை

அச்சம் அச்சம்
வன்மங்கள் உறங்கும் மனங்கள்
வாழ்வழிக்கவும்

பொ.திராவிடமணி

துணிந்தவையாய் இருக்கத்
தலைக்கேறிய வெறிக்குச்
சாமரம் வீசுகிறது அதிகாரம்

எப்படிக் கடப்பது?
நின்று நிதானித்து
பாதம் பெயர்த்தாலும்
அவ்வப்போது
அரங்கேறும் வன்மத்தின்
கோரம் கண்முன்னே
வந்து வந்து
சலனப்படுத்துவதைத் தவிர்க்க முடியவில்லை.

கௌதமருக்காகக் காத்திருக்கிறேன்.

## காகிதக் கப்பல்களில் செல்கிறது மகிழ்ச்சி

முதல் துளிகளிலேயே
கிளர்ந்த மணத்தை
நுகர்ந்து
கண் மூடி
இலயித்து விழித்தேன்
சமுத்திர வெளி

கொட்டித்தீர்த்த முகில்
சற்றைக்கெல்லாம்
வேட்கை தீர்ந்தவளாய்
வெளுக்கச்
சாரல் இசை
நின்றபாடில்லை

சொட்டியும்
கொட்டியும்
தூறியும்
சன்னமாய்க் கசிந்தும்
அது இசைத்த
சிம்பொனியில்
சிலிர்த்தது உடல்

நதி நடக்கும் வாசல்
அழகாய்தான் இருக்கிறது
காகிதக் கப்பல்களில் செல்கிறது
என்
பால்யத்தின் மகிழ்ச்சி.

## தொன்ம விதைகள்

தொன்மையில்
விதைக்கப்பட்ட இருவிதைகள்
தளிர்த்து
வளர்ந்து கிளை பரப்ப

ஒன்றின் உரிமையோன்
தெய்வாம்சம் என்றான்
பின் தீண்டாதே என்றான்
பொன் கம்பிகளால் வேலியிட்டு
புனிதம் என்றுரைத்தான்

மேலும் மேலும்
கிளை பரப்பவோ
விழுதுகளிறக்கவோ வகையற்று
போன்சாய் மரமாய்
புனிதமாய் அது மிளிர

வாடையும் கோடையும்
வளியையும் ஒளியையும் பெற்ற மற்றொன்று
இடையூறுகள் இருந்தபோதும்
கிளைத்துக் கிளைத்துக் கிளைத்து
விழுதுகள் இறக்கிப்
பெருமரமாகிற்று

திடீரென விழித்தெழுந்த பின்னோன் ஒருவன்
போன்சாயின் சிறுவெளியையும்

கௌதமருக்காகக் காத்திருக்கிறேன்.

அடர்ந்திருக்கும் மற்றொன்றின் பெருவெளியையும்
பெருமையையும் கண்ணுற்று
பொதுவெளியின் மரத்திற்குத்
தண்ணீரும் தரமறுத்துப்
போன்சாய்க்குப் பாலையும் தேனையும்
ஊற்றி ஊற்றி
பொதுவெளியில் அர்ப்பணம் என்றான்

எனினும்
சீண்டுவார்தான் எவருமில்லை.

பொ.திராவிடமணி

## திசைமாறா நோக்கம்

என்னதான் இருந்தாலும்
இத்தனை ஆசைகள் எதற்கு?

கட்டுக்குள்
அடங்க மறுக்கும் மனம்
பெருவளி அசைக்கும் மரமாகிறாள்

நீர்நிறை பொய்கையின்
குவளை மலர் விழிகளில்
செங்கொன்றை விரிப்பு

விலையற்ற பெருங்கனவைத்
தூக்கிச் சுமக்கிறாள்
இயல்பு என்னவாக இருக்குமோ
தெரியாது
சிகரத்தைத் தொட்டுவிடும் பிரயாசையில்
பாதம் பெயர்க்கிறாள்

மனப்புழு இதயம் குடைய
ஆலம் பழமாய் மிளிரும்
அவள்
தினசரிகளில்
நோக்கம் மட்டும்
திசை மாறியதேயில்லை.

கௌதமருக்காகக் காத்திருக்கிறேன்.

## கையளவு கனவு

இவை எதற்கு எனும்
வினாக்களுடன்
செரிக்கப் பழகிக்கொண்டது
நவீன மனிதம்

போராடிப் பெற்ற கையளவு கனவு
விருத்தியாவதற்குள்
பறிபோகும் சூழல்
மீள்வதற்கான வழிகளை
யோசித்து யோசித்து
இறுக்கம் கொள்ளும் மனம்

வாலாக இருந்தே வழமை
வழி தவறாமல்
சரியாய்ச் செல்லும் எனும்
பின்தொடர்தலின் ஊடாக
கபடம் நிறைந்த தலை
வாலுக்குப் போக்குக் காட்டி
வயிறு நிறைந்தவுடன்
எல்லாம் சுபம்
ஓய்வு ஓய்வு என்றது

கையளவு இடத்தில்
சுருண்டு கிடக்கும்
தெரு நாய்கள் குறித்து
யாருக்குத்தான் கவலை

பங்களா நாய்கள்
பாதுகாக்கப்பட வேண்டும்.

பொ.திராவிடமணி

## நம்கையில் எதுவுமில்லை

நாட்களின் நகர்வில்
எந்த மாற்றமும் இல்லை
அதன் ஊடகப்
பருவநிலை மாற்றங்களும்
நம் கணக்கீட்டைப் புறக்கணித்து
நடந்துகொண்டே இருக்கின்றன

எல்லாவற்றுக்கும்
பதிலீடு சொல்லிச்
சமாதானமாகிறது மனம்

ஆனால்
திட்டமிடுதலுக்குக் குறைவில்லை
அது
எப்போதும் போலவே
ஒப்பனையுடன் சிம்மாசனத்தில் வீற்றிருக்கிறது

நகர்வோ நகர்த்தலோ
நம் கையில் இல்லை
எனும் போதும்
சக்தியை ஒவ்வொரு நாளும்
திரட்டும் மனிதத்தால்
மலர்கிறது புதுமை.

கௌதமருக்காகக் காத்திருக்கிறேன்.

## ஆனால் துறத்தல்

துயர்
உடலில் படிந்தே கிடக்கிறது
விழிகள்
எப்போதும் சிந்துவதற்கான நீரைத்
தேக்கிவைத்திருக்கின்றன

குறையுடைய சுற்றத்தின்
ஆட்காட்டி விரல்
என்னை நோக்கியதாகவே
எப்போதும் இருக்கிறது

சுயம் தேடும் முயற்சியிலேயே
எல்லைக்கோடு
தென்பட்டுவிடும் போல்
தெரிகிறது

எல்லாவற்றையும் துறந்துவிடு
என்பது எளிது
ஆனால் துறத்தல்?

பொ.திராவிடமணி

## அதே தவிப்பு

விதைத்த இடத்தை
நாள் விடாது
உன்னித்தபடி இருந்தேன்

முளைவிட்ட நாளில்
வெளிபடர்ந்த புன்னகையில்
அமிழ்தத்தின் ருசி

ஒவ்வொரு இதழாய்
அரும்பிய நாட்களில்
பாதம் தரையில் பதிந்ததாய்
நினைவில்லை

முதல் பூவில் மூர்ச்சையானேன்
மலரின் வண்ணமும் மணமும்
மாயாஜாலத்தின் உச்சம்

விருட்சமாகிவிட்ட இந்நாளில்
அதே தவிப்பு எனக்கு
விருட்சத்திற்கு?

கௌதமருக்காகக் காத்திருக்கிறேன்.

## வேறொன்றும் செய்வதற்கில்லை

பல ஆண்டுகளுக்கு முன்
விரும்பி
ஆசையாய் வரையப்பட்ட
வனப்பு மிக்க ஓவியம்

எதிர்பார்ப்பு அற்ற
இந்நாளில்
மீளக்கிடைத்திருக்கிறது

நைந்த காகிதத்தில் இருக்கும்
அவ்வோவியத்திற்கு
நிறமூட்டவோ
வரவேற்பு அறையில் ஒட்டி
அழகு பார்க்கவோ
முடியாது

வேண்டுமானால்
வரைந்த சூழலை
மீள வருவித்து
மகிழலாம்
பிற்பாடு நெடுமூச்செறியலாம்
வேறொன்றும் செய்வதற்கில்லை.

பொ.திராவிடமணி

## தலையாட்டிப் பொம்மைகள்

தலையாட்டி
பொம்மைகளுக்குத்தான்
எவ்வளவு வரவேற்பு

வண்ணங்களும்
வடிவங்களும்
காலத்திற்கேற்ப
தகவமைக்கப்படுகின்றன
தலையாட்டம் மட்டும்
மாறவேயில்லை

பொம்மைகளுக்கும்தான்
எவ்வளவு புளகாங்கிதம்
தன்னைப் போராளியாகவே கருதிக்கொண்டு
நகை பூக்க
முன்னே செல்கின்றன.

# வேலை

வேலைப்பளு உயர உயரத்
தன்னிலையின்றி
பதற்றம் கொள்ளும் மனதை
நங்கூரமிட வேண்டும்

நற்சொல்லெல்லாம்
நடுங்கிப் புறம் ஏக
வெஞ்சொற்களால் வேகிறது அகம்

எவ்வாறேனும்
செய்தாக வேண்டுமெனில்
பதற்றமும்
சினமும் எதற்கு?

சூழலும் வெப்பத்தில் தகிக்க
அணுக்கமான உறவிலும் விரிசல்

இனியேனும்
இளகிப் பழகவேண்டும்
மனதை இறகாக்கிப்
பிடித்ததொரு இசையோடு
முகமன் செய்து
வேலையை வரவேற்க
ஆவலாய் இருக்கலாம்

வினைமுடித்த வேளை
புதிய அனுபவம் தந்ததற்காக
நகை பூக்க
நன்றியோடு
பிரியாவிடையும் நல்கலாம்.

## கடலும் மரமும் கவிதைக்குச் சொல்வது

வெட்டப்படுகிறோம்
என நினைத்து மரம்
தளிர்ப்பதை நிறுத்துவதில்லை
தாங்கமுடியவில்லை
என விழுதுகள் வருந்துவதில்லை
மரத்தைவிடு. கடலைப்பேசலாம்

உனக்குப் பிடித்த கடலை
உடல் முழுவதும் பூசிக்கொள்கிறேன்
கரையேறும் விருப்பின்றிக்
கரையத் தொடங்குகிறேன்
பதறிய அலை கரையில் தள்ளுகிறது

அணுக்கத்தில் உன்னை
உணரமட்டுமே முடிகிறது
கடலா? மரமா? என்ற கேள்வியில்
முடிகிறது கவிதை.

கௌதமருக்காகக் காத்திருக்கிறேன்.

## முகம் என்ன சொல்லிவிடும்

அகக்குறிப்பைத் தேவையெனில்
அவிழ்த்துக்காட்ட
முயன்றிருக்கலாம்

ஒவ்வொரு நாழிகையிலும்
ஓராயிரம் மனப்பிறழ்வுகள்
நீர்நிறை பொய்கை
பிறழ் கெண்டையாய்

முகம் ஆனமட்டும்
முக்காடிடும்
வேலையைத்தான் செய்கிறது

சென்ற உரையாடலில்
இயல்பாய்ப் பேசிய
அண்மித்த உறவு
திடீரென மனமுறித்தது
எதனால்?

ஆயிரம் வினாக்கள் மனதில்
பூட்டப்பட்ட இதழ்
திறக்கப்படாமலேயே
நாட்கள் கடக்கின்றன
நிச்சயமாக
முகக்குறிப்பில்
எந்தச்சலனமும் இல்லை

பொ.திராவிடமணி

பலமணி நேரங்கள்
விழுங்கிய சிந்தனையில்
மண்டை காய்ந்ததுதான் மிச்சம்

மனிதமனம்
திறக்கவும் மூடவும்
காரணமிருக்கிறதா என்ன?
சில உண்மைகள்
பல கற்பிதங்கள்
வேறொன்றும் சொல்வதற்கில்லை.

கௌதமருக்காகக் காத்திருக்கிறேன்.

## மழை

இடையற்றுப் பெய்யும் மழை
பேருந்து நிறுத்தத்திலிருந்து
நீண்டுகிடந்த மண்சாலை

ஊர் அடங்கிக்கிடந்தது
ஆட்கள் இல்லத்திலேயே
முடங்கிக் கிடந்தார்கள்

இருள் கவியத்தொடங்கியிருந்தது
பேருந்தைவிட்டு இறங்கியவள்
குடை மறந்து வந்ததை நினைவு கூர்ந்தபடி
பயணியர் நிழற் குடையில்
தஞ்சமடைகிறாள்

முகமறியா
இளைஞன் ஒருவன்
அங்கிருக்கிறான்

என்ன செய்வது
மழையில் நனைந்தபடி போகலாமா ?
சற்றுத் தணிந்தபின் போகலாமா?
எனும்
யோசனையில் ஆழ்ந்து கொண்டிருந்தவள்

இனம்புரியாத் தீண்டலில்
நடுங்கிச் சினக்கின்றாள்

பொ.திராவிடமணி

வெப்பமுறுகிறாள்
எதிர்வினையாற்றும் திராணியற்று
ஏங்கித் தவித்த
அந்தத் தேனைப் பருகத் தொடங்குகிறாள்

மழை இன்னும்
பெய்து கொண்டிருந்தது
எங்கும்.

## நீலோற்பல மலரில் நீ

வெடித்துப் பறக்கத் தயாராய் இருக்கும்
தாத்தா பூவின்
இதழ் அமர்கிறேன்

அது எனக்கும் இறக்கைகளைத் தருகிறது

பறத்தலுக்கான நாழிகை அது
எல்லாவற்றையும்
மறக்கத் தொடங்குகிறேன்

என் வயது
பின்னோக்கிச் செல்லச் செல்லக்
கபடமற்ற வெள்ளை வெளியில்
வண்ணத்துப் பூச்சியாய்
எண்ணம் தொலைத்துத் திரிகையில்

நிலவொளியில் சுடர்ந்திருக்கும்
நீலோற்பல மலரில் நீ
அமர்ந்து சிரிக்கிறாய்
நானோ பருவம் தாவி மங்கையாகிறேன்.

## இனி எப்போது?

அவன்
நினைத்ததைவிட
நல்ல உயரம்
மிடுக்கான தோற்றம்
குழந்தை சிரிப்பின் வசீகரம்

எதிர்பாராத வனஉலா
அலைந்து திரிகிறார்கள்
வியப்பில் கழிந்த நாழிகைகள்
விரும்பிச் சேர்த்த பூக்கள்

மணக்கும் கூடு
சொற்கள் மூர்ச்சித்துக் கிடக்கின்றன
நெடுமூச்சில் நிறையும் வெப்பம்
நெடுநாளாய்ப்
பருகத்துடித்த தாகத்தின் வேட்கை
பனிமழையாய் உருப்பெற்று உடல்கள் பொத்த

தகித்துக்
குளிர்ந்து
குழைந்து
கனிந்து
சுவைத்து
பிற்பாடு
கசிந்து உருகுகிறது உயிர்

கௌதமருக்காகக் காத்திருக்கிறேன்.

அரும்பிய துளிகள் அருவிகளாகின
சமுத்திரம் நடுவே
உயிர்பெறும் மீள்வேட்கை

தாகம் அடங்கியதாய்
உணர மறுத்த இதழ்கள் கேட்டன
இனி எப்போது?

பொ.திராவிடமணி

## மனச்சான்று

மழைநாளில்
இசையாகிப் போன
தூறலின் ஆலாபனையை
ஓர்ந்து கொண்டிருக்கும் மனம்
ஒவ்வொரு
பேருந்து நிறுத்தத்தையும்
கடக்கும் நாழிகையில்
உறைந்துவிடுகிறது

நிராதரவான ஆன்மாக்களின்
தஞ்சமென ஆன
செங்கல் இருப்பிற்கோ
பெருமிதம்

நிமிர்ந்தே நிற்கும்
மனிதத்தின் தலை
தாழ்ந்த இடம்
அதுதான்

மனச்சான்று தத்தளிக்க
கருணையாய்
வீசிய பார்வையை
அங்கு
எவரும் பொருட்டாக்கவில்லை

எல்லாம் துறந்தவருக்கு
இருப்பு
ஒன்றுதான் பாரம்.

கௌதமருக்காகக் காத்திருக்கிறேன்.

## மடி

மனதுக்குப் பிடித்த
எதையாவது செய்வது
என்று முடிவெடுப்பதும்
பிற்பாடு
எதையும்
செய்து முடிக்காமல் இருப்பதும்
வாடிக்கையாகிவிட்டது

ஏதேனுமொரு
நிர்பந்திக்கப்பட்ட வட்டத்திற்குள்
வினையாற்றிப் பழகிவிட்ட மூளை
நிதானிக்கும் வேளை
சோம்பிவிடுகிறது

சரி
இன்று முடிக்கலாம்
இன்று முடிக்கலாம்
எனும் வேலைகள்
கொரோனாத் தொற்றாய்
ஏறுமுகமாய் இருக்க
துமியளவேனும் முடித்தேனில்லை

நெருக்கடியில் நினைவுறுத்தி
நெஞ்சழிக்கும் வேலைகளை
நிதானமாய்
இந்நேரத்தில்
கவனப் படுத்தலாமெனில்
கையிலிருக்கும் அலைபேசி
அகல மறுக்கிறதே.

பொ.திராவிடமணி

## மணல் நெஞ்சம்

துளிர்க்கும் துளிகளில்
தோய்ந்திருக்கும்
துயரத்தின் வலியைக்
கரைத்தாக வேண்டும்

எவ்வளவு அழுதாலும்
வலி
ஊறிக்கொண்டே இருக்கிறது மணல்நெஞ்சில்

இருக்கும் தூரத்தை
அதன்போக்கிலேயே விட்டாலும்
மடைமாறிப்
பயணித்தாக வேண்டும்

முகமறியா முகத்திடமும்
சிரித்துக் கடக்கிறேன்
முன்பு எங்கு பார்த்தோம்
என
அவர்கள் குழம்பவும் கூடும்
ஒரு வேளை
விசர் பிடித்தவளோ
என்று நினைக்கவும் கூடும்

எது எப்படியோ
சிரித்துப் பழக வேண்டும்.

கௌதமருக்காகக் காத்திருக்கிறேன்.

## புதிய தூரிகை

விழித்தலுக்கான பொழுது இது
விடிந்ததற்கான பொழுது எது?
புலப்படவில்லை

கனவுகளை வரைந்த
தூரிகையின்
மென் தோகை
முறிக்கப்பட்டுவிட்டது

வண்ணங்களும்
நிறமிழந்து
பொலிவற்றுப் போயின

புத்தாக்கம் செய்யும் முயற்சியும்
பழைய பலனைத் தரவில்லை

அசைவற்றுக் கிடந்த
நிராசைகளுக்குப்
பேராசை எனப் பெயர் சூட்டி
அப்புறப்படுத்தியாயிற்று

இப்போது இருப்பதோ
புதிய தூரிகை
அதே சித்திரம்
மீண்டும் வரையத்தொடங்குகிறேன்
நம்பிக்கையில் அலர்ந்தன மொட்டுகள்
என் வெளியெங்கும் நறுமணக்குவியல்

இப்போதும்
பொழுது விடிந்தபடியிருக்கிறது.

பொ.திராவிடமணி

## இளகலாம் மனம்

நொடிக்கொருதரம் திரிபுறும் மனதில்
வினாக்கள் எழுவதும்
பதிலற்று நீர்த்துப் போவதும்
வாடிக்கையாகிவிட்டன

சொல்லவும் கேட்கவும்
ஏதுமற்ற பாழடைந்த வீட்டில்
பழைய நினைவுகள்
அகத்தும் புறத்தும் மோதிக் கரைகின்றன

விருப்பற்ற வேளையில்
பெய்துவிட்ட மழை
எதிர்பார்க்கவில்லை
உழவனின் சாபத்தைப் பெறுவோமென்று

சினத்தில் தள்ளிவிடப்பட்ட
செல்லப் பிராணியின் ஏக்கப் பார்வையை
ஒருமுறையேனும்
எதிர்கொண்டால்
இளகலாம் மனம்

எதற்கும் செவிகொடா
நொடிமுள் விரைந்தபடியே
இருக்கிறது.

கௌதமருக்காகக் காத்திருக்கிறேன்.

## அணுக்கமாய் நீ

அறையில்
படித்துக் கொண்டிருக்கையில்
அடிக்கடி
கவனத்தைத் திசை திருப்பும்
நினைவைக் கடிந்துகொள்வதில்லை

இனிப்பை அறைமுழுவதும் நிரப்பி
சில நாழிகையேனும்
களிப்பில் ஆழ்த்திவிடுகிறது

உடல் சிலிர்த்து
இயல்பு திரும்பும் வேளையில்
நெட்டுயிர்த்தலைத் தவிர
வேறொன்றும்
பதிலாய் இருக்கவில்லை

நூலுக்குள் நுழைய முற்படுகையில்
எழுத்துக்கள் இடமாறி நின்று
உன் பெயரை உச்சரிக்க
மீளவும் கிளர்தலில்
அணுக்கமாய் நீ

இப்பவும் கடிந்துகொள்வதாய் முகபாவனைகள்
தோன்றினாலும்
சன்னத் தூறலில்
நனைதலுக்காகத் தயாராகும் மனம்.

பொ.திராவிடமணி

## காணார் பட்டியல்

ஒவ்வொரு
இனப் படுகொலையிலும்
எஞ்சி இருக்கிறது
காணாமல் ஆக்கப்பட்டோர்
பட்டியல்

இதோ வந்துவிடுவான்(ர்)
என்று கையளிக்கப்பட்ட
மகன்
கணவன்
சகோதரன்
அண்ணன்
தம்பி
இதுவரை வந்தபாடில்லை

கையளிக்கப்பட்ட நொடியிலிருந்து
மீண்டும்
கண்டுவிடமாட்டோமா!
எனும்
ஏக்கத்தில் கரைகின்றன விழிகள்

இயல்புக்குத் திரும்பமுடியாத மனம்
ஒத்த
வயதுடைய
நிறமுடைய
சாயலுடைய
குரலுடைய ஆண்களைக் காணுந்தொறும்
பேதலித்து மருள்கிறது

கௌதமருக்காகக் காத்திருக்கிறேன்.

இருபது ஆண்டுகளுக்கு மேல்
கடந்துவிட்டது
இனித்
தேடத் திக்கில்லை எனும்படி
நடந்து நடந்து
சோர்ந்துவிட்டன பாதங்கள்

இறுதியாய் வீசியெறிந்த
விழி வீச்சின் பரிவைப்
பற்றியபடித் தேடித் திரிகிறார்
அதே கண்களை
எங்கேனும் கண்டுவிடமாட்டோமா
எனும் ஏக்கத்தில்.

பொ.திராவிடமணி

## கௌதமருக்காகக் காத்திருக்கிறேன்-1

பொருள் பொதிந்த
பொழுதுகளின்
புதிர் அறிதல்
அவ்வளவு இலகுவாகயில்லை

விடையறிதல் பொருட்டு
விடுக்கப்பட்ட வினா
கால்கடுக்க அவ்விடத்திலேயே
நின்றிருக்க
நீயோ
"தயவுசெய்து காத்திரு" என்றாய்

நாழிகை
நிமிடங்கள்
மணி
நாட்கள் கடந்தாயிற்று
இன்னும் வந்தபாடில்லை

பாவம்
உனக்குத்தான்
என்ன வேலையோ
மறதியோ
அறிந்தேனில்லை

வினா
அவ்விடத்திலேயே
உறைந்துவிட்டது

கௌதமருக்காகக் காத்திருக்கிறேன்.

இம்முறை
ராமனின் பாதம்பட்டு
உயிர்ப்பதாய் எண்ணமில்லை
கௌதமருக்காகக் காத்திருக்கிறேன்.

பொ.திராவிடமணி

## கௌதமருக்காகக் காத்திருக்கிறேன்-2

விடுக்கப்பட வேண்டிய வினாக்கள்
ஆயிரம்

அவனுக்குத் துறவுக்கான ஆசை மேலிட
எனக்குத் துயர் பொதிந்த பொதியாய்
பிள்ளை பாரம்
பெரிதினும் பெரிதாய் உருப்பெற்ற வேளை

அடைமழைப் பெருக்காய்
அழுது தீர்த்துவிடவில்லை
ஒரு துளியிலேனும் என் பேரஞர்
கரைந்துவிடக் கூடாது

இணக்கமான பதிலோ
இரக்கமான நோக்கோ
தேவையுமில்லை

அவன் வாயிற் படிதாண்டிய
அக்கணத்திலேயே
என் வாழ்வு தற்கொலைத்தது

எஞ்சிய உடல் தாங்கிய உயிர்
நிலைபெறுவதற்கானத் தேவையிருக்கிறது

ஒரு தந்தையின் கடமையை
அவன் மறக்கலாம்
தாய்மையின் அதீதம்
என்னைத் தாங்கிப் பிடித்திருக்கிறது

துறத்தல் என்பது அவனைத்
துரத்திய ஆசையெனில்
மறத்தல் ஒல்லுமா
மனைவி மக்களை?

இன்னொரு
விடியலின் உதயம்
என் வினாக்களை அர்த்தமுடையதாக்கும்
எனும் நம்பிக்கையில்
கௌதமருக்காக் காத்திருக்கிறேன்

பொ.திராவிடமணி

## முகமூடி

பழைய
கறுப்பு வெள்ளைப் படத்தில் இருந்த
இயல்பான பால்யமுகம்
அது எப்போது தொலைந்தது?
நினைவில் இல்லை

இந்த அகவைக்குள்
எத்தனை முகமூடிகளை மாற்றியாயிற்று
மலைபோல்
குவிந்து கிடக்கும் முகமூடிகள்
அருவமாய் இருப்பதால்
மலைப்பு இல்லை

இப்போதும்
ஓரிடத்திற்குச் சென்று வருவதற்குள்ளும்
ஒவ்வொருவரைப் பார்க்கும்போதும்
ஒவ்வொன்று தேவையாய் இருக்கிறது
சில நேரங்களில்
ஒரே நேரத்தில் பல முகமூடிகளை
நொடிக்கு நொடி
மாற்றும் சூழலும் வருவதுண்டு

முன்பெல்லாம்
வீட்டிற்குள் நுழைந்தவுடன்
அதை
அகற்றிவிடுவது வழமை
இப்போது வீட்டிற்குள்ளும்
தேவையாய் இருக்கிறது
முகமூடி.

கௌதமருக்காகக் காத்திருக்கிறேன்.

## வலிந்து பெற்றுச் சுவைப்பதுதான் வாழ்வு

பல இடர்களுக்கு மத்தியில்
அவளுக்கான வழித்தடத்தை
அவளே
உண்டு பண்ணுகிறாள்
அது அவ்வளவு செம்மை
என்று சொல்வதற்கில்லை

இறகுகள் முளைக்கும் முன்பே
கருவறையால் கைவிடப்பட்ட குஞ்சு
இழந்துவிட்ட தாயன்பை
நிரப்பிவிட முயன்று தோற்கும் நிலை அவளது

தன்னை இலக்காக்கி வரும் சொல்லம்புகளை
ஏமாற்றுவதே இல்லை
அத்தனையையும் அரவணைத்து தன்னுள் செரித்து
மாறாகப்
புன்னகையை அம்பிலேற்றுகிறாள்

வரம் என்று நினைத்த மரம்
தானே கனிந்ததில்லை
வலிந்து பெற்றுச்
சுவைப்பதுதான் வாழ்வு
எனத் திரும்பத் திரும்பச் சொல்லிப் பழகுகிறாள்

நொடிக்கொருதரம் திரிபுறும் மனம்
அவளுடையது
காய்தலும் பின்னர் தணிதலும்
தானியங்கியாய் நிகழ்ந்துகொண்டே இருக்கின்றன.

பொ.திராவிடமணி

## கலைஞன்

கழை
கயிறை
நம்பிய வாழ்க்கை

இயல்பு வாழ்க்கையில்
உலகம்
இயங்கிக் கொண்டிருந்த வேளையில்
மகள் உயரத்தில்
பெருமிதமாய் நடந்தபோதும்
பெரிதாய்க்
குவித்துவிடவில்லை
பணத்தை

கைத்தட்டலின் ஒலியில்
துமியளவினதே
நாணயங்களின் அதிர்வொலி

கலையைப் பகிர்ந்ததன் நிறைவில்
பாதிவயிறு நிறைய
மீதிக்குக்
கையிலிருந்தச் சில்லறைப்
போதுமானதாய் இருந்தன

தற்போதைய
பொதுமுடக்க நாளில்
கழை

கௌதமருக்காகக் காத்திருக்கிறேன்.

கயிறு
பதின்ம வயது மகளுடன்
சுற்றித்திரியும்
தேசாந்திரிக்குப்
பாதியையும் நிரப்பும்
வழி
தென்படவில்லை

காற்றை மட்டுமே
உமிழ்ந்து கொண்டிருக்கும்
குழாய்களைக் கடந்து
நீரரமகளின் கடைக்கண் பார்வை
வேண்டிக்
கடந்து கொண்டிருக்கிறான் அவன்.

பொ.திராவிடமணி

## முத்தத்தில் நனைகிறது உடல்

விளக்கின் சுடரில் ஒளிர்கிறது
உன் நினைவுகள்
அதன் அடி பொதிந்த இருளாய்
வலியை
இருத்திக்கொள்கிறது இதயம்

இருத்தலுக்கான அத்தனை நியாயங்களும்
என்னைச் சுற்றி நின்று
புருவம் நெரித்த வேளையில்
என் மனம்
உனது
இதய வாசலில் நின்றிருந்தது

சூரியன் உச்சியிலிருந்து
இறங்கிய கணத்தில்
என்னை நனைத்த
முத்தத்தின் சாறுகளைப்
பதப்படுத்திப்
பத்திரப்படுத்திய பிற்பாடு

உன் நினைவின் போதெல்லாம்
ஒரு வில்லையை
வாயிலிட்டு அடக்கிக் கொள்கிறேன்
முத்தத்தில் நனைகிறது உடல்.

கௌதமருக்காகக் காத்திருக்கிறேன்.

## பயணம்

பால்யத்திற்குப் பின்னானப் பயணம் தொடங்கியது

வழியியல்பு உரைத்த அம்மா
வலதுகையில் நறுமணம் மிக்க மலர்களையும்
இடதுகையில் கூரிய கற்களையும் திணித்திருந்தாள்

மாயவெளியில் பயணித்தபோது
ஒவ்வொரு திருப்பத்திலும்
கூரிய கற்களை எறிந்துகொண்டே இருந்தார்கள்

அப்போதெல்லாம்
வலக்கையில் இருந்த மலர்களை
ஒவ்வொன்றாய் அன்பளித்துக் கடந்தேன்

பிற்பாடு
கற்களின் வரத்து மிகையாயின
அவை பெரும்பாலும் இதயத்தை
நோக்கியதாகவே இருந்தன

இதயத்தில் கசிந்த குருதியில்
என் திசைகள் சிவப்பைப் பூசிக்கொண்டன

உடலில் வடுக்கள் முளைத்தன

பயணதூரம் இன்னும் இருக்கிறது
மலர்கள் கைவசமில்லை
கற்களின் வரத்தும் குறைந்தபாடில்லை

வளைந்தும், நெளிந்தும், குறுக்கியும், நிமிர்ந்தும்
சமாளித்த நான்
வழியின்றி இடக்கையிலிருந்த
கற்களில் ஒன்றை எறிகிறேன்

அது வண்ணத்துப் பூச்சியாய்
உருமாறிப் பறந்தது
ஒருவேளை அவர்கள் மலர்களாகியிருக்கக் கூடும்.

கௌதமருக்காகக் காத்திருக்கிறேன்.

## என்னுள் அவள்

அவள் நிலம் பகைத்து
நீரில் இறங்குகிறாள்

நான்
தாய்மையுடன் தாங்கிக் கொள்கிறேன்

கரையில் நிற்பவரின் வன்மம்
குறைந்தபாடில்லை
குளத்தில் கல் எறிகிறார்கள்
கற்களை வளையங்களாகச் சுழலவிட்ட நான்
அவளை மீனாக்கினேன்

பகைவர்கள் கூர் அலகுள்ள
பறவைகளாய் மாறினர்

தெளிந்த நீரைச் சலனப்படுத்திய நான்
அவளைச் சேற்றில் அழுத்தினேன்

அவள் தாமரைக் கிழங்கானாள்
பிற்பாடு நீள் தண்டுடன் மலரானாள்
மதுவுண்ண வந்த தும்பிகளின் இசையில்
அவள் ஆழ்ந்திருந்த வேளை
எதிரிகள் மீனாகி இதழ்களைக் கொய்யத் தொடங்கினர்

எதற்கு வெவ்வேறு ஒப்பனைகள் என்று
பதை பதைத்த நானோ
இறுதியில் என்னுள்
அவளைக் கரைக்கத் தொடங்கினேன்.

பொ.திராவிடமணி

## அகத்திருள்

இன்னும் விடியவில்லை
நா வறட்சியால் தொண்டை
காய்ந்து இறுகியது

குளிர்சாதன அறையிலிருந்து
விடுபட்ட உடல்
வெப்பத்தைப் பூசிக்கொண்டது

கண்கள் பழக்கப்பட வேண்டும்
இமைகளை மூடி
மெல்லத் திறக்கின்றேன்

மின்சேமிப்புப் பெட்டியில்
மின்மினி
சன்னமாய் ஒளிர்கிறது அறை

தூரத்திலிருந்து எறியப்பட்ட
ஒலியில் இசையில்லை

குடிக்கத் தண்ணீர் வேண்டும்
ஆத்மா நனையக் குடித்த பிற்பாடு
ஒரு நெடுமூச்சு

தாகம் தணிந்ததாலா
இருளும் ஒளியும் குழம்பியக் கலவைக்கு
உன் சாயல் இருந்ததாலா
அறியேன்

கௌதமருக்காகக் காத்திருக்கிறேன்.

அப்பால்
வருவதும் போவதுமாக இருந்த
ஒளிக்கீற்று
முற்றிலும் நின்றுவிட்டது

வெறுமையைச் சூடியிருந்த
வெளியை அப்பிக்கொண்டது
அகத்திருள்.

பொ.திராவிடமணி

## இன்னொரு இரவுக்காகக் காத்திருக்கிறேன்

விழித்திருக்கிறேன்
விழித்திருக்க வேண்டிய தேவையில்லை
விழித்திருக்கிறேன்

அடர் இருளில்
பழகிய கண்களுக்குத் தென்படும்
உருக்களில் வியப்பு

பார்த்துப் பார்த்துப் பழகியவைதான்
இதுவரை
பார்க்காத கோணத்தில்

வேம்பின் விரிகிளைகளின்
ஆட்டத்திற்கு
மாதவியின் சாயல்

முதிர்ந்த
ஆலமர விரிசலில்
புகுந்த காற்றுக்குப் பேயின் குரல்

ஆந்தை
இவ்வளவு அழகா!
இதுநாள்வரை அறியாது போனேன்

கௌதமருக்காகக் காத்திருக்கிறேன்.

நிசாகந்தியின் மணம்
நாசியைத் துளைத்து உள்ளிறங்கக்
கண்களைப் பற்றிக் கொண்டன பூக்கள்

மின் விளக்குகளால் அலங்கரிக்கப்பட்ட
விதானத்திற்குக் கீழ் உறங்கிய மனிதம்
நிராசைகளுக்கு
உயிர் கொடுத்துக் கொண்டிருந்த நேரம்

உறங்கிப் போனது நினைவில்லை
விடிந்துவிட்டது
இன்னொரு இரவுக்காகக் காத்திருக்கிறேன்.

பொ.திராவிடமணி

## பிரியத்திற்கு விலையுண்டா?

எதுவுமே இல்லை என்றாலும்
ஏதாவது ஒன்று வேண்டும் என்பவளை
எப்படிப் புரிந்துகொள்வது?

அந்தியில் அலர்ந்து
விடியும்வரை சிரித்திருக்கும் பவளமல்லிக்கு
உதிர்ந்த பிற்பாடும்
புன்னகையைச் சூடியிருக்க
யார் கற்றுத் தந்திருப்பார்கள்?

வெறியாட்டுக் களத்தில்
குருதி குடிக்கும் பூசாரியின்
தந்திரம் தெரிந்திருந்தாலும்
பயத்துடன் கூடிய மரியாதை
அவர் சாகசத்திற்கா?

பிள்ளைக்கு வலிக்குமென்றாலும்
சீண்டி பகடி செய்து அழவைக்கும்
மாமனின் அன்பு எத்தகையது?

நீர்த்துறைப் பாசியாய்
விலக்க விலக்கக் கூடநினைக்கும்
பிரியத்திற்கு விலையுண்டா?

கௌதமருக்காகக் காத்திருக்கிறேன்.

## என் தராசு உன் நாவில்

எல்லார்க்கும் எல்லாம்
தெரிந்திருக்க
நியாயமில்லைதான்

எனக்கானத் தீர்மானங்கள்
முளைவிடும் போதெல்லாம்
உன்னைச் சரணடைதல்
என்
வழமையாகிப் போனது

முரண் முற்றிய சமூகம்,
நாக்கு
அவதானிப்பிலும், படிப்பிலும்
கோடியாய் விரிந்துகிடக்கும் வினாக்கள்

அவரவர் சூழல்
அவரவர் நியாயங்கள்
என்றாலும்
என் தராசு உன் நாவில்.

## வளியரக்கன்

முன்பு எப்போதும் இல்லாத
அமைதியைச் சூடியிருந்த
நிலம்
சற்று முன்தான் உயிர்பெறத் தொடங்கியது

பறவைகளின் பேச்சொலிகளில்
பதற்றம் தென்படுகின்றன
அவை
செவிப்பறையை உறுத்தும் கரடொலிகள்

மரங்கள் கிளையசைக்கவில்லை
சில நாட்களில்
எத்தனை உறவுகளை இழக்க நேரிடுமோ
எனும் பேரஞரில் உறைந்து போயிருக்கலாம்

சில கடல் மையில்களுக்கு அப்பால்
ஆவி குடிக்கும் ஆசையில் சுழலும்
வளியரக்கனின் அகன்ற வாய்குறித்து
கடலலை ஆர்ப்பரித்து உடனுக்குடன்
நேரலையில் நிலவரம் சொல்கிறது

அதன் மொழி புரியவில்லை
என்றாலும்
உடல்மொழி புரியாமலில்லை

ராட்சச நாவின் நீளமறிந்தும்
இயல்பை இயல்பாய்
நகர்த்திக் கொண்டிருக்கிறது மனிதம்.

கௌதமருக்காகக் காத்திருக்கிறேன்.

## யாரிடம் சொல்லி அழுத்தம் கரைவது

பணியிடச் சூழலை
இனிப் பழகியாக வேண்டும்

மாணவிகளின் புழக்கமற்ற வகுப்பறைகள்
நெடுமூச்சின் வெக்கையை
நிரப்பிக் கொண்டிருக்கின்றன

அகத்தையும் புறத்தையும்
இடையறாது மரங்களுடன் பேசியபடி
பெருக்கிக் கொண்டிருக்கும் கூட்டுநர்களும்
வசந்தகாலத்தின் வரவறியாது நெட்டுயிர்த்தனர்

வீடும் வீடுசார்ந்த இடங்களும்
நன்கு பழக்கமாகிவிட்ட
சமீபத்திய திங்கள்களில்

அலைபேசியும் கையுமாய்
அலையும் மகளையோ, மகனையோ
கடிந்துகொள்ள முடிவதில்லை

பயந்து பயந்து பயன்படுத்தியவர்கள்
இப்போது பகிரங்கமாகத்

துருவிப் பார்க்க ஒன்றுமில்லை
அவர்களுக்காக
இல்லாத கடவுளிடம் விண்ணப்பம் செய்வதைவிட

எல்லாம் இயல்பாகிப் போனதாய்
உணரும் இந்நாளில்
இயல்பாகாத விடயங்களை
யாரிடமும் சொல்லி அழுத்தம் கரைவது?

பொ.திராவிடமணி

## இப்போதே ஆசைதீரப் பேசிவிடு

முகவரியற்றவர்களாக மாற்றத்தான்
இத்தனை முயற்சியும்

இரத்தமும் சதையுமாக
உங்கள் ஆன்மா
அது அங்குத் தேவையில்லை

எண்ணாக மட்டும்
இருந்தால் போதும்
வருணத்துக்கு இறுதியிலோ
அல்லது
அப்பாலோ
எப்போதும் உன் இருப்பு
குழப்பம் வேண்டாம்

பழங்கதை பேசியபடி
இலட்சங்களைக் கொட்டிக்கொடுத்து
மம்மி டாடியில் மெய்மறந்திரு

இதோ ஆகிவிட்டது
பொறுத்துக்கொள்
கொஞ்சம்தான்
உன் விருப்பற்ற மொழி அழிக்கப்பட்டுவிடும்

இதோ தெய்வமொழி
உனக்காக
ஈயத்தைக் காய்ச்சி
ஊற்றும் எண்ணம் இப்போதில்லை

கௌதமருக்காகக் காத்திருக்கிறேன்.

யார் கண்டது
பின்னாளில் வார்த்தைகள்
அற்றவனாக நீ மாற்றப்படலாம்

இப்போதே
ஆசைதீரப் பேசிவிடு.

பொ.திராவிடமணி

## வினைத்தொகையாய் நீ

எத்தனை ஆண்டுகள்
எத்தனைக் கொடுமைகள்
அத்தனையும்
உன் போர்வைக்குள்தானே
அரங்கேறித் தொலைத்தன

இன்னும் உனக்கு
எல்லையற்ற சக்தியுண்டு
அளவற்ற அருளுண்டு
எனப் பகுத்துப் பார்த்து
வகுத்துரைப்போரையும்
வாதிட வகை செய்திருக்கிறாய்

எல்லாம் அறிந்தபோதும்
வலியின் உச்சத்தில்
நாவில்
வந்தமர்ந்து கொள்ளும் உன்னை
நிராகரிக்க மனமற்றுப் போகிறது

ஒன்றும் விளையவில்லை
என்று சொல்வதற்கில்லை

வாழ்வதற்கான நம்பிக்கை
வலிகளுக்கான வடிகால்
வினைத்தொகையாய் நீ.

## விதை

வேறுவிதை எதுவுமில்லை
சொற்கள்தான்

ஆம்
வீரியம் மிக்கவை
கூரிய முனையுண்டு

சமர் பொழுதில்
ஆயுதமாகலாம்

வண்ணங்களற்றது
பெரும் பிரிவு
சிறு பிரிவு
உட்பிரிவு
இதற்குள் இல்லை

உண்மைதான்
கௌரி லங்கேஷ்
கல்புர்கி
கையளித்ததுதான்.

பொ.திராவிடமணி

## அப்பா எனும் குழந்தை

அப்பாவெனும் அதிகாரம்
முதுமை கடந்து
குழந்தையான தருணம் எது?
பிடிபடவில்லை

ஒற்றைச் சொல்தான்
பணிந்து பணிசெய்யும் வீடு

இராணுவத்தின் பிரதியாய்
வீட்டை உணர்ந்த காலமும் உண்டு

சர்வாதிகாரத்தின் பிம்பமாய்
அப்பா
இருந்ததும் உண்டு

எழுபது கடந்து விட்டது என்றார் அப்பா
எந்த நொடி
எந்த நாளில்
எந்த வேளையில்
எப்படிக் கடந்தது புரியவில்லை

கம்பீரம் உடைத்து
குழந்தை மீண்டுயிர்த்த
கணம் தெரியவில்லை

கௌதமருக்காகக் காத்திருக்கிறேன்.

இப்போதும்
பழைய பிடிவாதம்
ஆளுமை
அதிகாரம்
வந்து வந்து போகின்றன

என்றாலும்
அப்பா இன்று குழந்தை.

பொ.திராவிடமணி

## உளி உன் கையில்

தினம்
இசைக்கப்படுகிறது
இரங்கலிசை

இருத்தலுக்கான
நியாயங்களும்
விட்டிசைக்கப் படுகின்றன

வாவிக்குள்
வசமிழக்கும் மீன்களை
இறையாக்கும் தூண்டில் புழு

இயல்புக்குள் எதிர்நீச்சல்
இறுதியில்
அனுபவத்தின் ஒளி மிளிர்கிறது

ஞானி
கரையேறுகையில்
கூடுகளைக்கும் உயிர்

உயிர்த்திருக்கும் நாட்களில்
நல்ல கல்லைத் தேர்வு செய்
உளி உன்கையில்.

## செக்காவிற்குக் கொஞ்சம் சாம்பெய்ன், எனக்கு?

இப்போதெல்லாம்
மாலையில்
வெளியில் செல்வதில்லை
அகமோ
புறமோ தடைவிதித்திருக்கலாம்
இல்லாமலும் இருக்கலாம்
பழகிவிட்டது

தொலைக்காட்சி
நெடுந்தொடர் வலையில் சிக்கிவிட்ட மனமாய்
மொட்டைமாடியில்
மாலை நேர
மேற்குத் திசைவானத்தில்
மனங்கலப்பது தொடராகிப் போனது

முதலில் ஒரு யானை
பிற்பாடு தாய் சேய்
அதன்பின் உறங்கும் குழந்தை
பின்னர் ஓநாய்
பிறகு முதலையென
நொடிக்கொரு உருவைக்
காட்டிக்கொண்டிருந்தது மேகம்

அதன் பின்னணியில்
இளமஞ்சள்
காவி, நீல நிறங்கள்
மாறிக்கொண்டே இருந்தன

பொ.திராவிடமணி

வாழ்க்கைச் சித்திரம் மட்டும்
என்ன?
இப்போது பேரிளம் பெண்ணாக நிறுத்தியுள்ளது

அவதானிக்கும் பொழுதிலேயே
கண்கட்டி வித்தையில்
கைதேர்ந்தவனைப் போலக் காலம்
வயோதிகத்தைக் கண்முன்னே நிறுத்தப்போகிறது

பிறகு என்ன?
எத்தனையோ திட்டமிடல்
எல்லாம் நிராசை என அறிந்தபோது
இறுதியில்
செக்காவ்விற்குக் கொஞ்சம் சாம்பெய்ன்
தேவையாய் இருந்தது
எனக்கு?

## வலி

இடப்பெயர்வின்
வலி
உடனே சொல்லிவிடுகிறது
செடி.

## மடைமாறும் மனம்

அதிகாலையில்
அவசரகால வண்டிகளின்
அபய ஒலி

நெஞ்சம் நிறை துயர்
வரமறுக்கும் கடவுள்
எழமறுக்கும் உடல்

அழைக்கும் தவிட்டுக்குருவிகள்
ஞாயிற்றின் இளங்கதிர்
கைப்பிடி மண்ணில்
செடி, பூ, மணம்
மடைமாறும் மனம்.

## முனைவர் பொ.திராவிடமணி

கல்வித்தகுதி: எம்.ஏ., எம்.ஃபில்., பிஎச்.டி.,
பதவி         : உதவிப் பேராசியர் தமிழ்த்துறை,
பணியிடம்   : குந்தவை நாச்சியார் அரசு மகளிர்
                கலைக் கல்லூரி, தஞ்சாவூர் - 613007
பணியனுபவம்: 20 ஆண்டுகள்
நெறியாளர்: முதுகலை, ஆய்வியல் நிறைஞர், முனைவர் பட்டம்.
குறுந்திட்ட ஆய்வு: சமூகவியல் நோக்கில் தமிழ்ப்பெண் போராளிகள் (பல்கலைக்கழக மானியக்குழுவின் நிதி நல்கையுடன்)
நூல்கள்:
1. தொல்காப்பியம் நம்பியகப்பொருள் களவியல் ஒரு பார்வை
2. நாட்டாரையா அவர்களின் நக்கீரர் கபிலர்
3. பாரதியும் பாஞ்சாலி சபதமும்
4. அகநானூற்றில் இல்லற மாண்பு
5. தமிழ் உரைநடை வளர்ச்சிக்கு வித்திட்டோர் சிலர்
6. மடைதிறந்து (கவிதைத் தொகுப்பு)
7. தமிழ் இலக்கிய வரலாறு
8. அறிவியிலும் இலக்கியமும்
9. வெயிலுதிர் காலம் (கவிதைத் தொகுப்பு)

அலைபேசி எண்
94887 05895